UBASTERI KUSUDIWA

Kurejea Malengo Yetu ya Pamoja
Kama Mapadri Wa Jimbo

REV. J. RONALD KNOTT

KIMETAFSIRIWA NA

CRISPINE ADONGO NA PAUL OWINO

Sophronismos Press   Louisville, Kentucky, USA

UBASTERI KUSUDIWA
Kurejea Malengo Yetu ya Pamoja Kama Mapadri Wa Jimbo

Alama Miliki ©2003 na Rev. J. Ronald Knott
Haki zote zimehifadhiwa.

Hakuna sehemu ya hiki kitabu inayoweza kutumiwa au kuru dufishwa kwa njia yeyote bila idhini ila tu katika unukuzi fupi katika nakala muhimu. Kwa maelezo zaidi andikia Shirika la Sophronismos: Sophronismos Press, 1271 Parkway Gardens Court #106, Louisville, Kentucky 40217. jrknott@bellsouth.net

Muundo wa jalada: Rev. J. Ronald Knott, Timothy Schoenbachler
Mpangilio wa kitabu na muundo: Timothy Schoenbachler
Picha ime pigwa na Ochieng Auko

Chapisho la kwanza: wa kumi na moja 2003
Chapisho la kwanza: mwezi wa kwanza 2012

ISBN 978-0-9800023-6-2

PAMOJA NA REV. J. RONALD KNOTT

BOOKS FOR CLERGY

INTENTIONAL PRESBYTERATES:
Claiming Our Common Sense of Purpose as Diocesan Priests;
(Spanish and Swahili editions available) Sophronismos Press, 2003

FROM SEMINARIAN TO DIOCESAN PRIEST:
Managing a Successful Transition;
(Spanish edition available) Sophronismos Press, 2004

THE SPIRITUAL LEADERSHIP OF A PARISH PRIEST:
On Being Good and Good At It;
(Spanish edition available) Sophronismos Press, 2007

INTENTIONAL PRESBYTERATES: *The Workbook;*
Sophronismos Press, 2007

A BISHOP AND HIS PRIESTS TOGETHER:
Resources for Building More Intentional Presbyterates;
Sophronismos Press, 2011

THE CHARACTER OF A PASTOR IN EXERCISING AUTHORITY
Sophronismos Press, 2013

PERSONAL GROWTH PLAN: *A HANDBOOK FOR PRIESTS*
Sophronismos Press, 2013

HOMILIES / SPIRITUALITY

AN ENCOURAGING WORD: *Renewed Hearts, Renewed Church;*
Sophronismos Press, 1995

ONE HEART AT A TIME:
Renewing the Church in the New Millennium;
Sophronismos Press, 1999

SUNDAY NIGHTS: *Encouraging Words for Young Adults;*
Sophronismos Press, 2000

AFFIRMING GOODNESS
Sophronismos Press, 2013

FOR THE RECORD BOOK SERIES

FOR THE RECORD:
Encouraging Words for Ordinary Catholics, Volumes I - XI;
Sophronismos Press 2003 - 2013

Kwa habari zaidi juu ya vitabu vyote kwa Rev. Knott, kwenda:
www.ronknottbooks.com

Kwa mapadri wetu wa siku za usoni, haswa kwa vijana barobaro wanaoitikia kijasiri wito wa upadri wa jimbo katika kanisa la leo.

YALIYOMO

Dibaji 9

Sura ya 1
Upadri katika muktadha 13

Sura ya 2
Ubasteri ni nini? 17

Sura ya 3
Kwa nini twahitaji Ubasteri Kusudiwa? 21

Sura ya 4
Ni Jukumu la Nani Kuunda Ubasteri Kusudiwa? 31

Sura ya 5
Kuunda Mikakati na Kuitekeleza 33

Sura ya 6
Mfano wa Kusanyiko la Wabasteri 41

Sura ya 7
Majukumu na Ahadi za Kutoshiriki Katika Ndoa
 na Utiifu kwa Ubasteri-Kusudiwa 45

Sura ya 8
Ubasteri kamilifu: Wajibu wa Jimbo 47

Sura ya 9
Hitimisho 49

Maelezo Hatima 51

Marejeo 55

DIBAJI

"Hakuna kinachokuwa vizuri katika upweke."
Winston Churchill

Katika mafunzo yangu ya seminari ya miaka kumi na miwili, nilipata maagizo mengi kuhusu padri, wanachohitajika kujua mapadri na namna ya kuwa padri, lakini siwezi kumbuka ata lisali moja ya mafunzo kuhusu namna ya kuwa mbasteri. Wengi wetu walisubiri kuona vile itakvyotokea.

Ingawaje Sheria za Kanisa inasema "wanafunzi (waseminari) wanapaswa kuelekezwa ili waandaliwe katika mahusiano mema na wabasteri wa jimbo,"[1] Sifahamu seminari hata moja ambayo hufunza mapadri binafsi kujua namna ya kuwa washirika wa basteri zao. Sina hakika kama wanaweza. Inachukuliwa kwa mzaha kwamba mapadri wapya waliyowekwa wakfu watajifunza kivyao au jimbo husika zatachukua jukumu hilo. Kwa jumla, hawawezi. Kama mwelekezi wa mafunzo, niliamua kujali jambo hili ambalo limepuuzwa. Nimeendelea kumakinika sana kwa jambo kuwa mapadri wetu wapya wanaelekezwa katika basteri zilizopungukiwa na hari ya kujielekeza.

Kuna matumaini. Umoja wa Kitaifa ya Maendeleo ya Elimu ya Wahudumu wa Katoliki ya Roma (NOCERCC) ulitangaza mnamo Februari 3, 2003 kuundwa kwa akiba ya kutoa msaada wa kifedha ya kuanzisha miradi mipya, *Kuleta Umoja: Wabasteri na Askofu*. Msingi wa Thiolojia wa mradi huu muhimu inapatikana katika Hatua ya III ya *Mpango wa Kimsingi wa Kuundwa kwa Mapadri*, iliyoidhinishwa mnamo 2000 na Maaskofu wa Amerikani. *Mpango wa Kimsingi* hutambua kwamba Mapadri "huundwa" katika hali ya kawaida ya ubasteri fulani, ikiweka wazi kuwa ufaafu wa maisha ya kila padri na huduma yake huitaji umoja uliyo muhimu kati ya mapadri na askofu wao. Kuleta Umoja: Wabasteri na Askofu ni NOCERCC's iliyoleta jibu kwa maono

9

haya na Maaskofu, wito wao wa uongozi katika kuundwa kwa upadri.

Tumesikia mambo mengi kwamba mapadri wa jimbo si "wapweke," lakini ukweli wa hali huakikisha kuwa tunakuwa hivyo bila hiari. Kwa upande mwingine, sisi si kilabu "wavulana wazuri wa kale." Mbali na kuwa jamii iliyojifungia, ubasteri uliyo na umoja kwa njia kuu hujielekeza katika ukweli wa uchungaji na katika kipawa cha kujipeana kwa waumini waliyo chini yao.[2] Vilevile wabasteri si "jamii ya kidini" inavyochukuliwa. Aidha, washirika wa ubasteri asilia huwa na lengo la jumla la kutumwa. Kwa maneno mengine, wao "huja pamoja" ili "waelekee nje."

Nilipoanza kutafiti makala rasmi za kanisa za hivi karibuni kuhusu *wabasteri*, nilipigwa na butwaa kupata jinsi kuna machache tu kuhusu mada hii. *Mpango wa Kimsingi Kuhusu Kuundwa kwa Mapadri*, iliyotajwa hapo juu, ilithibitisha ukweli kuhusu shaka yangu kwa kusema, "Mapadri si mapadri tu ila wao ni makuhani na hutumikia huduma ya kanisa katika ubasteri wakishirikiana na askofu. Hisia ya jumla kuhusu utambulisho wa upadri na huduma, ingawaje haijakamilika katika makala rasmi, inaibuka wazi kama mwelekeo muhimu ya hatima."[3]

Kuna makala mengi yaliyoandikwa kuhusu upadri, uhusiano wa kibinasfsi kati ya mapadri na maaskofu wao na hata mapadri na wakuu, lakini ukosefu wa ujumbe kuhusu uhusiano ya mapadri wa jimbo moja kwa mwingine katika ubasteri fulani, yaani ile uhusiano wa "kidugu wa kisakramenti" kama Baraza na wito wa Mhudumu.[4] Tumekwisha onywa kwamba sisi si "jamii ya kidini" wala "wavulana wazuri wa kale," lakini kile tunapaswa kuwa kinangojea kuundwa katika hati rasmi za kanisa.

Miaka michache iliyopita, nilianza kuwanongonezea wakuu wa seminari kwamba lingekuwa jambo nzuri kuongeza mafunzo haya katika mfumo wa elimu ya waseminari wa jimbo. Mkurugenzi mmoja wa seminari alinisikiza na ameanza kulipigia debe hoja hili kwa maaskofu na wakurugenzi wa mafunzo.

Mwishowe, jambo muhimu katika utoto wangu lilikuja mawazoni: "Kama unahitaji jambo lifanywe vizuri, ni sharti hulifanye pekee yako." Pengine naweza kuwa "sifanyi vizuri," lakini kijitabu hiki ni jaribio la "kuitekeleza binafsi." Katika kijitabu hiki, nimejaribu kukusanya yote niwezavyo kutoka kwenye makala mbalimbali kuhusu mada ya ubasteri na kuyatolea maoni kutokana na ujuzi wangu binafsi, haswa kama Kiongozi wa Mafunzo. Naamini kwamba kitakuwa cha maana kuwafunza waseminari katika msingi wa kuwa mshirika wa kibasteri na isitoshe kuibua mjadala kutoka kwa ubasteri wangu (na pengine ubasteri zingine vilevile) kuhusu uwezekano wa kutoka kwenye ubasteri kinasibu hadi ubasteri kusudiwa.

Kitabu changu cha mwisho kuhusu upadri wa jimbo Kilikuwa na mada *Mapadri wa Jimbo katika Jimbo-Kuu la Louisville: Washiriki pamoja na Askofu, Mashemashi, Waumini Wateule na Wahudumu katika huduma ya Kanisa*. Hii jitihada ya mwisho, *Ubasteri Kusudiwa* itajaribu kuelezea ushirikiano wetu moja kwa mwingine kama njia ya kurudia malengo yetu muhimu kama mapadri wa jimbo.

Rev. J. Ronald Knott
Mwezi wa kumi na moja, 2003

SURA YA KWANZA

UPADRI KATIKA MUKTADHA

Kristo huwapa mapadri kipawa ili wapate uwezo wa kuwasaidia watu wa Mungu kuendelea kutenda kazi ya ukuhani waliyoipokea kwa uaminifu na ukamilifu.
Usemi wa Papa John Paul II

Kwa kuwa kuna maoni mengi yanayoendelezwa nyakati hizi kuhusu upadri teule, ni vizuri kuelezea kwa kifupi mafunzo ya kanisa kuhusu huduma hii ya uteuzi maalum kabla hatujajadili ubasteri kwa jumla.

Yafuatayo ni mukhtasari kuhusu nakala za hivi karibuni za kanisa kuhusu mada ya uwekaji wakfu wa mapadri kanisani. Yaani uhusiano uliopo baina ya mapadri teule na maaskofu na mashemashi, jinsi mapadri wa jimbo wanahusiana na mapadri wa utaratibu wa kidini na isitoshe jinsi mapadri teule wanahusiana na ukuhani au upadri wa kawaida kanisani.[5]

Kabla ya Yesu kuondoka humu duniani, aliwapa wito wafuasi wake kuendeleza kazi yake ya kuwafanya wengi kuwa wanafunzi wake huku wakiwabatiza kwa jina la Baba, la Mwana na Roho Mtakatifu. Kutuweka tayari kwa kazi hii, Yesu alitutumia Roho Mtakatifu.

Wote waliobatizwa hivyo basi wana jukumu la kuwahimiza watu wa Mungu, kujenga kanisa na kuitekeleza sehemu fulani ya kazi ya Kristo. Aidha, kuna wito mwingi maalum katika wito kuu wa kuendeleza kazi ya Kristo.

Kanisa nzima ni umoja wa watu walio mapadri. Hivyo basi kupitia ubatizo, waumini wote ushiriki katika ukuhani wa

Kristo. Ni shirikisho hili ndilo hujulikana kama, "umoja wa upadri na waumini."

Kutokana na upadri huu unaotambulika na uliyokubalika katika huduma, ndipo tunapata jukumu lingine katika huduma ya Kristo: Yaani huduma iliyo chini ya sakramenti ya amri takatifu ambayo jukumu lake ni kutumika kwa jina la Kristo na uwepo wake katika jamii. Sakramenti ya amri takatifu ndiyo njia ambayo huduma ya Kristo kwa mitume wake huendelezwa na kutekelezwa kanisani hadi siku za mwisho. Hivyo basi ni sakramenti ya mitume.

Huduma teule hutofautiana kwa njia moja na upadri ya waumini kwa sababu ina nguvu na uwezo maalum ya kiungu katika kuwahudumia waumini. Wahudumu teule au waliowekwa wakfu hudhihirisha huduma yao kwa watu wa Mungu kupitia maubiri ya neno, kuongoza umegaji wa sakramenti na isitoshe kuwaelekeza jamii ya imani.

Tangu mwanzo, huduma teule imedhihirishwa na kutekelezwa katika vitengo vitatu: ile ya maaskofu, mapadri na mashemashi. Huduma zilizokabidhiwa kupitia kuwekwa wakfu hazina budi kubadilishwa na ile ya utaratibu yoyote kanisani. Kama alivyosema Mtakatifu Ignati wa Antiokia, "Bila askofu, mbasteri na mashemashi, hatuwezi kuzungumza kuhusu kanisa."

Mapadri huungana na maaskofu katika kazi ya ukuhani kwa heshima na isitoshe kuwategemea katika utenda kazi ya uchungaji. Wameitwa ili wawe wasaidizi waaminifu wa maaskofu. Wanajumuisha umoja wa makuhani waliyo na jukumu na askofu katika kanisa fulani.

Ki msingi, kuna njia mbili za kuhudumu kanisani kama padri: Aidha kama padri wa "jimbo" au padri wa "mfumo wa kidini." "Wito wa upadri ikijumuishwa na kupenda kuwa na watu wa Mungu katika eneo fulani kama kanisani au katika jimbo, na ikiwa anapenda kuwatumikia watu katika huduma ya parokia, basi wito wake hulenga upadri wa jimbo."[6] "Hata hivyo, si kwamba (mapadri wa jimbo) huitwa miongoni mwa wahudumu wa Mungu kwa njia ya upadri, bali wao wenyewe huchagua kuendelea kuishi kati ya wahudumu kuongoza jamii ya wake kwa waume wanaomcha Mungu na kulenga huduma yao katika wito na hali ya kiroho ya wahudumu."[7] Mapadri wote hutumwa kama wasaidizi katika jukumu moja, iwe wanahusika katika huduma ya Parokia au Parokia wa juu. Wanaweza kuweka uwezo wao katika utafiti wa kisayansi au kupitia kazi za sulubu huku wakitumuka wao wenyewe ... au wanaweza kuhusika katika kazi yoyote ya umitume.[8]

Padri wa jimbo hutumika maishani yote katika mipaka ya eneo moja la kijiografia inayojulikana kama jimbo iliyo chini ya uongozi wa askofu ambaye kwake yeye hutoa kiapo cha kutoshiriki katika ndoa na kiapo cha utakatifu. Kama ilivyo desturi, padre wa jimbo ameitwa kuhudumu katika huduma ya parokia au utumishi katika jimbo yoyote.

Padri wa shirika wa kidini hukula kiapo, huhudumu, huishi na kuombea jamii isitoshe hufuata utratibu ulio chini yake. Mapadri wengine wa kidini hufanya kazi katika parokia mbalimbali kama mapadri wa jimbo. Ingawaje mapadri wa jimbo hufanya kazi katika jimbo moja pekee katika maisha yao yote, maparokia wa utaratibu wa kidini huweza kutumwa katika majimbo tofauti ya nchi zingine wanakohitajika na ata nchi zao. Wanapofanya kazi katika jimbo fulani, amri za kidini huunda umoja wa eneo la kibasteri.[9]

SURA YA PILI
UBASTERI NI NINI?

*Ni jambo la aibu sana kutazama bega lako
unapoongoza na kukosa mtu hapo.*
Franklin D. Roosevelt

Kutokana na uhaba wa malighafi kuhusu ubasteri katika nakala za kanisa hivi karibuni, maana muhimu unajitokeza katika aya fupi "Tangazo la huduma na maisha ya mapadri" kutoka katika baraza la pili la Vatikan. Yote haya huonekana kama kumbukumbu.

...Mapadri wote huungana kati yao kwa ushirika wa karibu sana wa kiduu kupitia sakramenti. Kwa njia spesheli wanaunda basteri moja katika jimbo wanakofanya kazi chini ya askofu wao. Ingawaje mapadri wamepewa majukumu mbalimbali, bado wanahusika na huduma moja ya upadri kwa niaba ya wanadamu.[10]

Kauli inayotokana na usemi huu huendeleza au hudhihirisha tofauti kati ya ubasteri wa kilimwengu unaohusisha mapadri na uhusiano wao na uaskofu wa kiulimwengu na undugu wa mapadri na askofu wa jimbo fulani. Taasisi ya maaskofu ina uteule wa kiungu ilhali ubasteri wa jimbo ni ya amri. Vitengo hivi vya mapadri hawawezi kutajwa nje ya askofu wao. Lengo lao kuu ni kuwa pamoja nan chi ya askofu.[11]

Undugu huu wa kisakramenti kiasili kanisani ina maana kwamba kila mshirika anafungamanishwa na wale wengine kupitia lengo moja na moyo wa kushiriiana katika huduma za jimbo.[12] Sakramenti ya amri takatifu hukabidhiwa kila mmoja wao binafsi, lakini hushirikishwa katika umoja wa wabasteri wanaoshirikiana na askofu.[13] "...Mapadri si mapadri tu kwa njia ya moja kwa moja lakini huwa mapadri wanaotumikia huduma ya kanisa katika ubasteri na askofu."[14] "... Padri huitwa kwa lengo la kukua... pamoja na askofu wake."[15] "...Hakuna padri ambaye kwa upweke anaweza kufanya huduma yake ipasavyo. Anaweza tu kufanya hayo kwa kujumuika pamoja na pia mamlaka ya kanisa. Mapadri wote hivyo basi wameungana na ndugu zao mapadri wengine kupitia nguvu za sala, ukarimu na ushirika wa kila namna."[16]

"Utekelezaji unaoendelea ya kuunda ubateri (tofauti na kuundwa kwa upadri) ndiyo lengo la kuleta umoja kati ya mapadri na askofu..."[17] Ni dhahiri shahiri kwamba shughuli zinazoendelea za kuundwa kwa ubasteri ni muhimu kwa kazi kuu katika huduma ya kanisa. Vilevile ni wazi kuwa hii ndiyo sababu ya kuunda maeneo ya ubasteri ili kuleta amani."[18] Kuundwa kwa ubasteri katika umoja na jumuia lake hulenga, hakika: (a) Kuimarisha utendakazi ya uchungaji. (b) Kuwa mfano kwa ulimwengu katika umoja wa Kiungu (Mungu Baba, Mwana na Roho Mtakatifu). Yesu huombea umoja kati ya wanafunzi wake, haswa wale watakokuwa na huduma ya kimitume.[19] Kutokana na ukweli huu kuhusu ubasteri, ndipo tunapata moyo wa huduma na utumishi kati ya mapadri-isitoshe kuondoa tofauti zitokanazo na ujuzi mbalimbali. Kukubaliana na mitazamo hii na kupokea vipawa huwafanya wahudumu wa jimbo na wa kidini kuwa "watu wa kufaana" haswa kwa mapadri walio na hitaji, kusaidia mambo ya kirohi kwa kushiriki na kujitolea katika umoja wa mapadri.[20]

"...Inaweza kuwa vyema kuepukana na kisichokuwa umoja wa kibasteri. Umoja wa kibasteri kwa mfano haipatikani katika mahusiano wa karibu yani wa damu. Halikadhalika, haiegemei katika urafiki au mambo kama hayo. Haimanishi kuwa kila mtu awe wa tabaka moja. Hakika, umoja huu hauegemei katika ujuzi au ubaguzi kwa sababu ni uongozi wa kidini."[21] Mapadri wanaounda basteri huitwa kutoka kwa uongozi wa kidini au wawe wamwishi kati ya uongozi huo wakiwatia nguvu. Ikiwa wote wana lengo moja, watafanya juu chini kwa kuwafikia wengine kwa umoja.

Huduma ya mapadri haiegemei katika kuwatunza waumini, bali inaenezwa kupitia uunzi wa jamii ya kweli ya Wakristo. Mapadri kwa jina la askofu huwa wasimamizi wa heri njema. Ni lengo lao kuondoa tofauti wa kimawazo ili mtu asijione mgeni katika umoja wa waumini. "Hakuna awezaye kutoa asichokimiliki." Kama tutakuwa waendelezi wa jamii, ni sharti tujue namna ya kuwa washirika wa jumuia fulani inayojulikana kama "umoja wa undugu wa kisakramenti," katika basteri zetu.

SURA YA TATU

KWA NINITWAHITAJI UBASTERI KUSUDIWA?

Yule ambaye hatatumia mikakati mipya lazima atarajie maovu mapya.

Francis Bacon

"Pamoja na changamoto nyingi na masaibu yanayokumba upadri tangu mwanzo wa milenia, ari au motisha inayojulikana kama *esprit de corps* ambayo kwa muda mrefu imehushishwa na viongozi wa dini ya Kikatoliki, viongozi hawa wameamua kutokufa moyo. Jumuia yote ya Kikatoliki bado linasonga mbele. Miale ya kwanza katika milenia inapoendelea kuangazia mabadiliko katika upadri, mapadri bado wanashikilia kuwa sehemu kubwa katika jamii ya ndugu ingali inaendelea kuyabadilisha maisha yao na mtazamo wa ulimwengu. Aidha, utambulisho wao wa uchungaji hauendelei tu kusimama katika agano la kuteuliwa bali kuwa katika umoja wa kiroho unaowunganisha na mapadri ulimwenguni kote, haswa kwa mapadri wa zamani na wa siku zijazo."[22]

Ingawaje yanayoshikiliwa kuhusu upadri yanaweza kuwa kweli, ni muhimu kujua kwamba maneno haya yaliandikwa kabla ya "sakata ya unajisi" ambayo imewapata wabasteri wa Marekani huku wengi bado wanashikilia tamaduni zao kwa kiburi kwa siku nyingi. Kuchukua ufanisi za awali kwa mzaha ni hatari katika kanisa la leo. Kilichoshikilia hapo awali inasambaratika leo kuliko awali. Ni sharti tukusudie kuhusu namna tunavyounda vikundi. "Umoja wa wabasteri unapaswa kuimarishwa sana kuliko jinsi ilivyokuwa..."[23] Tunachotafuta ni uzinduzi wa pamoja, yaani huduma ya pamoja itakayowasha na kuunganisha sit u wabasteri lakini kanisa lote la jimbo.[24]

21

Mpango wa kimsingi kuhusu muundo unaoendelea wa mapadri unakamilika tu na mtazamo wa mtu binafsi. Ingawaje "Utambuzi wa pamoja kuhusu utambulisho na huduma ya upadri, haijaandikwa katika nakala rasmi za kanisa, inajitokeza kama mwelekeo muhimu wa siku za usoni."[25] "Utambuzi wa pamoja kuhusu utambulisho na huduma ya padre" bado inaweza kuwa haujaendelea lakini unahitajika sana kwa wakati huu. Aidha, kuwa na upamoja wa utambulisho na huduma wa padre si pweke. Ni lazima likusudiwe. Ubasteri kusudiwa lazima itekelezwe na washirika binafsi waliotayari kujitolea ili kuona kwamba yanafanyika.

(1) Ni kwa nini sasa? Kusema kuwa wabasteri katika taifa mzima wanakabiliana na changamoto siku hizi ni upungufu wa maelezo na yaitaji kicheko. "Changamoto" ndilo neno halisi kwa hali yetu, kwa sababu "changamoto" inamaanisha mambo mawili, la kwanza likiwa ni "ukosefu" na la pili likiwa ni "nafasi." Hakika kuna ukosefu lakini si kupita nafasi tulizo nazo. Gregg Levoy katika kitabu chake kinachoitwa Wito anandika, "Shida zinaweza kuwa na kusudi la kutuweka wazi kutoka kwa utulivu wetu ili kutuweka tayari kwa mabadiliko muhimu tusiyoyaona wala kuyafikiri."[26]

(2) "Jeshi la Mmoja" pengine neno-mwongozo la Jeshi la Amerikani, lakini linaweza kuwa letu vilevile. Katika harakati za kuwekwa wakfu, mapadri waliopo humnyoshea mkono aliyefuzu na kumzingira askofu anapomwombea sala ya utakaso. Kwa kufanya hivyo, tunashiriki katika makaribisho na kusherehekea kuwasili kwa mshirika mpya katika "undugu wetu wa sakramenti wa ndani." "Hatua ya kumnyoshea mkono na askofu na mapadri wote... ina umuhimu spesheli na stahili kwa sababu inaashiria... sababu kwamba padri hawezi kazi binafsi; anafanya kazi katika mazingira ya ubasteri huku akiwa nduguze wabasteri hao."[27]

"Lakini ukweli ni kuwa wakati mwingine washirika wa ubasteri wanainuka kinyume cha moja kwa mwingine. Wao ni nyumba iliyogawanyika badala ya kuwa familia iliyo na umoja. Wabasteri wengine hugawanyika kimaoni au kambi tofauti zinazozozana. Mapadri wa jimbo hujipata wakishindana moja kwa mwingine, huku wakiwa na ugumu wa kupongeza kazi ya mwingine kwa kuhofia kushindwa. Mapadri wengine watafanya chochote lakini wasikutane na ndugu zao mapadri kwa maombi au kwa mafunzo au kwa kujifurahisha."[28] Hii haijawahi kukubalika na haswa kwa sasa inaweza kuwa hatari kwa wabasteri.

(3) Sababu moja iliyotolewa kuhusu ubasteri-kusudiwa ni kwamba inaahidi kufanya vizuri kama mchungaji. Nambari zetu zikiendelea kudidimia, na majukumu yetu yakiongezeka, ni wakati upi tumetamani kuwa kama timu zaidi kuliko sasa? Kwa sababu hatuwezi fanya kazi kwa bidii, ni sharti tufanye kazi vyema, na njia mwafaka kabisa ya kufanya kazi ni kuwa na kusudi kuhusu kufanya kazi kama timu. Kwa nini tushangazwe kwamba parokia haziwezi kufanya kazi pamoja, wakati sisi mapadri hatuwezi?

(4) Upungufu wa mapadri! Upungufu wa mapadri! Takwimu zote zinatuonyesha kuwa mtagusano njema na mapadri ndiyo sababu kuwa vijana barobaro huwa na nia ya kujibu wito wao wa mapadri teule. Padri moja mwenye furaha na untendaji mzuri anaweza kufanya bidii kuendeleza mafunzo kwa upadri wa jimbo kuliko kibao yavutayo macho. Timu ya mapadri wenye furaha na wanaofanya kazi wanaweza kufanya zaidi kuendeleza mafunzo kwa mapadri wa jimbo kuliko kuliko matangazo kwenye runinga zinazogharimu mamilioni ya madola. Kifungu changu kizuri sana kuhusu mafunzo kutoka Vatikan II ni hiki: "Wacha yeye (padri) avutie mioyo ya vijana katika upadri kwa maisha yake ya upole na yenye nguvu iliyopatikana kwa furaha na wa upendo kwa mapadri wenzake na uhusiano wa kidugu nao."[29] Nafasi yetu mzuri ya kuvuta wito kwa maisha yetu ni kuwa na "mvuto" kibinafsi na kama kundi. Ni vipi tunakuwa wa "kuvutia?" Tunakuwa wa kuvutia kwa kuwa tunachosema ni sisi: Washirika na padri walio na ufahamu wa kutumwa, wenye maisha yenye nguvu na furaha.

(5) Nafikiri nilipoanza kufikiria kuhusu hitaji la ubasteri-kusudiwa ilikuwa muda mfupi tu baada ya kuwekwa wakfu. Kazi yangu ya kwanza ilikuwa ni kufanya katika "huduma za nyumbani." Nilitumwa mbali sana na mapadri wengine iwezekanavyo kama vile ningetumwa katika jimbo yetu. Katika

miaka mitatu, nilikuwa nikiiishi na kufanya kazi peke yangu katika majimbo mawili. Baada ya miaka michache hapo chini, nilikuwa nikiudhuria kusanyiko la mapadri wakati mmoja wetu aliponiuliza baada ya kujitambulisha, "Huko katika jimbo gani, padre?" Nakumbuka kujibu nikiwa nimekwazika, "Yako padri!"

Leo hii, kukiwa na zaidi ya asilimia 25 ya mapadri wetu wapya wakiwa wazaliwa wa kigeni, wengine bila familia, na wengi zaidi wakija kwetu kama Wakatoliki wapya kupitia njia ya RCIA, ni lazima tuwe wenye kusudi sana kuliko awali kuhusu namna tunavyowakaribisha na kuwakuza si tu kwa upadri lakini katika basteri zetu. Hii haigharimu si tu uelekezi wa moja kwa moja lakini uelekezi wa kikundi. Katika nyakati za zama, tulikuja katika basteri zetu katika vikundi vya 10-12 baada ya kuudhuria seminari pamoja katika miaka kumi na miwili. Wengi huja kwetu leo moja kwa wakati baada ya kipindi cha miaka kumi na miwili au chini ya mafunzo ya seminari. Njia zetu za kale hazifai tena. Tunapuuzilia mbali ukweli huu mpya na kuangamia sisi na wao. Nimeulizwa zaidi ya mara moja na waseminari, "Je! Nitakuwa peke yangu?" Huwa nadanganya kidogo lakini ningesema ukweli, jibu lingekuwa, mara nyingi, "Ndiyo, ni sharti tu utatue shida binafsi."

(6) Mtakatifu Paulo aliandika maneno mawili kwa wamishonari wenzake, Timotheo: "Iwashe karama Mungu alikupa nilipokuwekea mikono." (1 Timotheo 1:6). Sisi mapadri na wabasteri hufinya sana na jumbe mpya. Kama tutumia jumbe hizi mpya, ni lazima turejelee ramani zetu za ukweli mara tena na wakati mwingine tunapopata ujumbe wa kutosha ni lazima tufanye marudio zaidi. Hatua hii ya kufanya marudio haswa marudio faafu ina uchungu mwingi wakati mwingine uchungu kupita kiasi. Ni nini hutendeka wakati tumejaribu kufanya bidii kwa muda mrefu na mgumu ili kuendeleza mtazamo wa kazi duniani? Hii ni ramani mzuri sana, ndipo tunapatwa na jumbe mpya inayoashiria kuchora ramani tena. Kufanya bidii kwa uchungu kunakohitajika huwa ya kuhofia, karibu kutushinda. Kwa huzuni, tunapofanya hivyo, tunatumia nguvu nyingi kulinda mtazamo wa nje ya ulimwengu kuliko jinsi ingehitajika kurejelea na kuirekebisha katika hatua ya kwanza.[30]

Huwa kuna sehemu ya nafsi zetu isiyohitaji msukumo wetu, unaooshikilia ya zamani nay a kawaida, hofu ya mabadiliko yoyote au uwezo ukitamani starehe kwa njia yoyote na bila uchungu.[31]

Kama wabasteri, tumeitwa kujibadilisha kwa kukumbatia kauli mpya zinazotutazama usoni. Kwa ajili zetu, kwa ajili ya huduma tulizopewa na kwa ajili ya washirika wapya wa siku zijazo. Tunaitwa kama wabasteri kuwa katika vikundi, kujitolea mara tena na "kuiwasha moto karama tuliyopewa na Mungu."

(7) Kuna hatari zaidi kuwaachilia wabasteri kwa bahati. Huwa inanitia hofu kutazama kwa mapadri wengine na kuhisi mvuto wa kutenga nafsi kutoka kwa changamoto zinazowakumba wabasteri leo. Padri mmoja aliita utengano huu "kuingia katika tendo la kibinafsi." Tumeitwa na kanisa kufanya kila juhudi ili kujiepusha na kuishi upadri wetu kwa upweke na njia wazi na kujaribu kuimiza ushirika wa pamoja katika kutoa na kupokea-kutoka kwa padri hadi padri-na joto la urafiki, ya msaada ya upendo, ya kukubalika na marekebisho ya kirafiki.[32]

Kwa huzuni, jambo la kawaida ni kuweka wakfu watu binafsi na kuwaacha huru kwa watu, lakini bila usimamizi na uwajibikaji, kufanya huduma haiwi rahisi. Hawa 'wapweke' hujiweka na wahudumu hatarini kwa tabia zao za kiaribifu na zisizo na ujuzi. Hii ni kweli kabisa haswa kwa wadogo. Kwa sababu uwekaji wakfu huchukuliwa kama hali ya mwisho, ambako hakuna jambo zaidi linalopaswa kutendeka katika kubaleghe kwake.[33]

Ubasteri-kusudiwa unaweza kuwa bima ya kutunza wito tulio nao. Utafiti wa hivi karibuni uliongozwa na Dean R. Hoge katika Chuo Kikuu cha Kikatoliki, ulibaini kwamba kati ya asilimia 10 na 15 ya mapadri waling'atuka katika miaka tano za kwanza za huduma kwa sababu ya upweke, hisia za kutopongezwa, masaibu ya kutoshiriki ndoa na kupoteza mwelekeo.[34]

(8) Bila ubasteri-kusudiwa, mapadri wengine wachanga wameshikilia vizuizi na mifumo ya upadri ya siku za kale kwa kusudi na ulinzi. Badala ya kuunda njia mpya ya kuwa ndugu wa ushirika wa kisakramenti, inayokumbatia na kuendeleza huduma ya wahudumu, wanakubaliana na kujaribu kukumbuka "siku nzuri za zamani" wakati mapadri walipojua wao ni nani, wahudumu walidumu katika sehemu zao na mambo yote yalikuwa sawa na mbingu. Wanaokosea lengo ni walio kule nje "wakifanya mambo yao binafsi" wakiishi upadri "tendo nafsia" wakifanya huduma jinsi walivyoamua. Baya zaidi ya yote ni walioamua kurudi nyuma kisaikolijia huku wakipitia mienendo ya upadri.

Wanaotazama nyuma wanaweza kuwa wakitafuta kitu kinachofaa, lakini wakiitafuta katika sehemu zote baya, kama tu "wanaofanya mambo yao" wanavyofanya. Wote huomba kitu duni. Kinachohitajika katika upadri si urejesho na si mgawanyiko vilevile lakini mabadiliko. Urejesho ni kuwa na hitaji la kutaka kurudi kwa yaliyopita. Migawanyiko ya hivi leo inatishia lakini, ingawaje sehemu yake inaweza kuwa nzuri, kama inaelekea kwa maisha mapya na si tu vifo vingi. Mabadiliko ni kuhusu kubadilika kwa mambo. Mabadiliko yanahusu kubadilika kwa watu. Mabadiliko ya moyo ya wanakundi yataelekea kufanywa upya wabasteri wetu.

(9) Nimesikia mengi sana kuhusu ubashiri wa jinsi mapadri wachache tutakaokuwa nao katika mwaka wa 2010 na vile tutawafanya kuweza kuingia katika parokia zetu, lakini hakuna mtu aulizaye swali langu: "Ni hali ipi unafikiria hawa mapadri waliobaki watakapokuwa mwaka wa 2010 ufikapo?" Nina hakika kabisa kwamba hatutakuwa saw asana kwa kuacha mambo pekee, lakini kufanya uamuzi wa kufanya hivyo. Sidhani kama linaweza kuepukika kupungua hadi kundi dogo la watetemeshi wakongwe, lakini naamini kuwa ubasteri kusudiwa unawezekana tukienenda kiekima sasa! Ilikuwa ndoto yangu kama mwelekezi wa mafunzo kushirikiana na mapadri wenzangu ili "kuwasha moto" nguvu na furaha tunayoitaji sana kuwa nayo na kuangazia. Ni jambo la "lazima" iwapo wanaume wengi wachanga wanaenda kuvutiwa katika njia zetu za maisha.

Tusipofanya hii moja kwa mwingine, basi tutawachwa kujitunza sisi wenyewe, mpweke mmoja baada ya mwingine.

(10) Ubasteri leo umeelezwa kama kama "nyumba iliyogawanyika." Iwapo umoja wa kibasteri ndiyo lengo, basi ni sharti kwa kusudi na kwa makini tutambue na kukabiliana kwa hakika na migawanyiko inayoaibu na kuathiri umoja wetu. Kama alivyosema Abraham Lincoln, "Nyumba iliyojigawanya kinyume chake haiwezi kusimama." Kuna athari hasi za kukabiliana nayo iwapo migawanyiko hii itapuuziliwa au kuachwa. Mara tu zinapotajwa. Zinaweza kutatuliwa. Kuzitatua huunda njia mzuri ya kusimamisha ubasteri.

- Ushindani. Mapadri kama watu wengine wanao hudumu katika mazingira ya tamaduni za Amerikani, hujipata wakiwa na mazoea au ruwaza ya mashindano na kujilinganisha kunakojidhihirisha katika utamaduni wa kisasa wa Amerikani. Ushindani na kujilinganisha kunaweza kuleta migawanyiko.

- Vizazi tofauti katika ubasteri: Ubasteri mmoja unaweza kuweka kwa urahisi angalau vizazi vinne tofauti. (1) Kabla ya Vatikan II, (2) Kabla na baada ya Vatikan II, (3) Baada ya Vatikan II na (4) kizazi kipya chipukizi. Mapadri wa vizazi hivi ni lazima wafanye kazi pamoja lakini wakati mwingine hufanya hivyo kwa ugumu na hata kwa mgawanyiko.

- Wivu wa mapadri: Wivu wa mapadri umekuwa nasi (Yohana 21:20-22). Katika muundo wa mpangilio (uliyo sabamba na biashara, kikosi cha jeshi, serikali au siasa), mwingine huenda akafikiria kuwa ustawi unahusishwa navyeo vya juu, majukumu makubwa au malipo makubwa. Hii si hivyo katika katika upadri. Kuendelea katika huduma ya upadri unapimwa na kuwa ishara nzuri ya kisakramenti na kufanya vizuri kazi ya huduma ya padri. Wakati hakuna uwazi kuhusu maendeleo au ishara zake, mapadri wataitikia wanachofikiria nni uwepo wa ishara katika wengine na ukose fu kwao wenyewe. Hii inakuwa msingi wa kuendeleza migawanyiko.

- Ukosefu wa kutambuliwa na askofu. Maaskofu wana majukumu mengi. Ingawaje umoja wa wabasteri hakika ni

27

jukumu lao, kwa hakika inaweza kuwa sehemu ya orodha ndefu. Hii hali ya kutojali inaweza kuendeleza migawanyiko na isitoshe ilete shida nyingi katika jimbo.

- Tofauti katika maeneo ya kuzaliwa: Mapadri hapo awali walifuata ruwaza bashiriwa. Waliofuzu siku hizi huja katika seminari kwa maeneo tofauti na maisha tofauti yanayoambatana na ujuzi wa kazi. Ingawaje tofauti zinaweza kutosheleza, inafanya umoja na ushikamano katika ubasteri kuwa ngumu zaidi na hivyo huenda ukalete migawanyiko.

- Theolojia tofauti na hali ya Kiroho. Ingawaje imani yetu ni moja, inaweza kuchukua njia tofauti za kuitambulisha kithiolojia. Kama hali ilivyo wakati huu katika wa theolojia nyingi inaweza kuaribu mazungumzo ya mapadri kupatana katika lugha ya theolojia.

- Tofauti wa lugha, tamaduni na maeneo ya kuzaliwa. Hatujakoma kuwa nchi inayokaribisha wageni, na hali hii imekuwa (na inaendelea kuwa) athari kanisani. Mapadri huja katika ubasteri wakiwa wa tamaduni na rangi tofauti. Ingawaje tofauti hizi zinafaa, na mara nyingi huleta migawanyiko.

Migawanyiko hii ina athari nyingi. Yanapunguza kuendeleza vizuri kunakoathiri utendakazi unaohitajika kusuluhisha mambo tatanishi. Migawanyiko hii inapotokea kwa umma, na hakika hutoka, zinaleta ishara hasi kwa jamii na kuwavunja moyo wanaohisi kuitwa katika upadri. Mwisho, migawanyiko inaweza kubadilisha mitazamo ya mapadri kutoka kwa njia pana ya jimbo hadi katika ile isiyo ya Kikatoliki, msizitizo kwa mtazamo wa kiasili katika parokia fulani na kufikia umati.[35]

(11) Iwapo wanaumme na wanawake waliooa wataendelea kuwachwa katika upadri na isitoshe gharama ya huduma ya kanisa inaendelea kuimarika, tunayoweza kufanya kama mapadri ni kuweka matendo yetu katika mizani ili kuwatumikia vizuri na kwa umoja kama washirika wa huduma. Hisi zangu ni kuwa wahudumu kanisani ni wachanga, wahudumu wabaya, kutofanya kazi vizuri na ukosefu wa uongozi mwema kutoka kwa mapadri. Wahudumu wa leo, wanatarajia na kustahili

wachungaji wenye ujuzi waliyo na uwezo wa kuwaunganisha na kuendeleza nguvu za wahudumu.

Bila mahusiano wa karibu na wabasteri, mapadri wanaachwa kuelezea huduma namna wanavyotaka kuielezea, hivyo kujiweka na wahudumu hatarini. Hii inaweza kuleta vitengo viwili: (a) Utawala-imla na (b) Kutowajibika.

Utawala-imla hupuuzilia majukumu halisi ya wengine kuwa hawawezi kufanya kazi zingine za Kristo waliyopewa katika ubatizo. Mapadri lazima wakumbuke kwamba matumizi mabaya ya mamlaka leo, haifanyi kwa kuamrisha kuliko kutumika. Mamlaka ya kweli hutoka kwa uwezo wa kuwafanya wengine wenye nguvu. Kutumia mamlaka ni kipawa maalum kanisani.

Kutowajibika katika majukumu vilevile ina uaribifu kanisani. Mapadri wengine wamefikiria kwamba kuwaimiza wahudumu katika huduma ina maana ya kujisalimisa ya mamlaka yao ya uchunguji, huku wakiruhusu sarakasi zote katika ombwe tupu.

"Walio mamlakani lazima waishinde majaribu yao ili wajitoe kutoka kwa jukumu ili. Wasipoitumia mamlaka haya, hawatumiki tena. Kwa ushirika wa karibu na Askofu wake na waumini, padri anapaswa kujiepusha na kutambulisha kila aina ya mamlaka na aina zozote za demokrasia katika uchungaji wake, ambayo yanaweza kuwa ngeni katika uhalisia wa huduma. Nyuma ya mielekeo hii kwa huduma kuna hofu ya kuchukua jukumu au kutaja makosa, au ya kutopendwa au kutambulika au kukataa kubeba msalaba."[36]

Mapadri hawaitwi tu kuwa viongozi wa jamii, lakini walimu wa neno vilevile na wahudumu wa sakramenti. Mapadri wengi wamegundua kwamba kumwachilia mwingine majukumu ya ukurugenzi haimanishi kwamba kwa ghafla wamewachiwa uongozi wa ajabu wa kiroho. Ni rahisi kuleta uwiano wa bajeti kuliko kuwatia nguvu umati kuingia katika kiwango kingine cha ufuasi. Kama waelekezi wa kiroho wa kijamii, ni sharti tufanye bidii si tu kuwa wazuri sisi binafsi lakini kuwa wazuri kwa kile tufanyacho, kuwa viongozi wazuri wa vikundi wa umati uliyo chini yetu.

(12) Tunahitaji wabasteri kusudiwa, haswa sasa kwa sababu kama kikundi, tumechoka. Kuangazia Ari ya Mapadri, nakala ya 1988 ya kamiti ya NCCB kuhusu Maisha ya Padri na Huduma ililleta uchunguzi huu wa kuhuzunisha: "Kati ya mapadri wengine, kuna wale waliijitolea kwa muda fulani kwa kazi yao ya upadri. ...Wanaamua kuwacha kwa siri. Mapadri wetu wengi waliamini mwanzo mpya, walikuwa tayari kuzoea na walifanya bidii na sasa wamechoka sana."[37]

"Nitawapa Wachungaji" akionya mapadri wachanga kuhusu hatari ya kuchoka. "Pamoja na mapadri waliotoka katika seminari, hali fulani ya kuwa na vya kutosha inaeleweka vyema wakikabiliwa na nyakati mpya ya mafunzo na mikutano. Lakini wazo kwamba kuundwa kwa upadri huisha pindi tu mtu anapotoka katika seminari ni potovu na hatari na inahi taji kukataliwa."[38]

(13) Hatimaye, kufikiria kwamba tutaendelea kupokea washirika wapya katika basteri zetu, tunahitaji wabasteri- kusudiwa kwa lengo la watakaokuja nyuma yetu. "Kizazi cha milenia" ya wanaume wachanga wanaoingia katika chuo kwanzia mwaka wa 2000, wameelezwa kama "waliyozoea mtindo" "waamini mashirika na mamlaka," "waliyo na ujuzi kutoka chuoni" na "wapendao kufanya kazi katika timu ili kutatua matatizo." Wanashikilia kwamba sababu kuu ya matatizo katika tamaduni zetu ni "ubinafsi."[39] Kuingia katika upadri "kipweke" haitavutia kwa kizazi hiki. Kitakachovutia kizazi hiki kipya cha mapadri kitakuwa "ushirika na" na "kusudi moja" ya wabasteri.

Nilisikia hadithi wakati fulani kuhusu Mtakatifu Bernard na watumishi wake waliyotembea Ufaransa kote kwa miguu. Walijawa na furaha na mvuto kwamba walipopita katika miji fulani, wazazi waliwaficha watoto wao kwa hofu ya kukimbia na kuungana nao. Leo hii, wazazi wengine huwaficha watoto wao kwa hofu ya kuhuzunika wakiungana nasi.

SURA YA NNE

NI JUKUMU LA NANI KUUNDA UBASTERI KUSUDIWA

Kule waendao watu wangu, ni sharti nijue ili niweze kuwaongoza.
Alexandre-Ledru-Rollin, Mwanasiasa wa Kifaransa.

Kuna hadithi ya kale kutoka utotoni ninayokumbuka vyema. "Nani Atamfungia Paka Kengele" ni hadithi kuhusu panya wengi wanaofanya mkutano ndani ya ukuta fulani. Chumbani kuna vyakula mbalimbali lakini kwa bahati mbaya, kuna paka mkubwa aliye na njaa anayelinda vyakula hivyo. Baada ya kutafakari wazo hilo, panya wanaafikiana kwamba njia pekee mwafaka ilikuwa ni kufunga kengele shingoni mwa paka ili waweze kunyakua vyakula na kutoroka pindi tu wasikiapo kengele kutoka kwa paka.

Walifurahishwa sana na mpango wao hadi mmoja akauliza, "Ni nani kati yenu rafiki zangu panya atakayemfungia paka kengele shingoni?" Kwa kusikia swali hilo, wote wakanyamaza kimya. Funzo la hadithi ni rahisi: mikakati mazuri hayana maana ila tu kuwe na aliye tayari kuitekeleza.

Kinadharia, jukumu la askofu ni kuyaangalia hali ya kroho, ufahamivu na namna mapadri wake wanajikimu ili kuishi maisha mazuri na matakatifu na kutekeleza huduma yao kwa uaminifu na ata kuzaa matunda.[40] Kama ilivyonukuliwa awali, "askofu ana majukumu mengi na vitu vingi vinavyomhitaji. Umoja wa kibasteri unaweza kuonekana kuwa hauna msukumo, kwa mfano kama kukabiliana na mapadri waasi katika kuwagawanya na kuwapa majukumu wahudumu wa dini au kuwaleta wapya. Kuleta umoja wa kibasteri basi inaweza kuwa sehemu ndogo tu ya majukumu. Kutoshughulikia umoja huu

31

huleta migawanyiko na shida za kushiriki vilivyo katika jimbo."[41]

Kwa hivyo, "ni nani atamfungia paka kengele" katika kuunda ubasteri kusudiwa? Ingawaje ni jukumu la askofu kuunda ubasteri wenye mshikamano na utendakazi njema, jukumu hili lazima itekelezwe katika ubasteri wenyewe. Kwa yeyote aliye kiongozi wa mapadri, ubasteri kusudiwa hauwezi kuundwa na padre asiyekuwa na ari au moyo au mapadri ambao hawana maono au pengine mapadri ambao wangependa ifanyike tu, ila tu hufanyika kwa mapadri wanaoafikiana, waliyo na tamanio la kuona ukifanyika na mapadri waliyo na uwezo wa kukusanya watu wa kuitekeleza. Bidii na uwazi wa viongozi hawa huweza kuipa motisha timu, na motisha hiyo huongoza utendakazi wa kila mmoja katika malengo ya taasisi. Viongozi hutazama mbele na kuona taasisi kama inavyopaswa kuwa bali si ilivyo.

Miongoni mwa hao viongozi wanaomsaidia askofu katika majukumu yake ya kuunda ubasteri na kuleta umoja, ni baraza la mapadri, mkurugenzi wa maendeleo na mkurugenzi wa mafunzo kamati ya afya na wanaoshughulikia mahitaji ya mapadri wakuu (ambao wana jukumu la kuwakusanya wabasteri na kuwakumbusha kuhusu historian a hali ya huduma.)

Mwisho, hakuna mbasteri anayeweza kuongozwa katika kusudi lake iwe tu washirika wa ubasteri huo wako tayari kuongozwa. Viongozi wanapoaminika, na walio tayari kuwa sehemu ya muungano huo watatambua na kutii wasemalo ili kuinua nguvu za timu. Kama Mithali (29:18) inavyosema, "Bila maono watu huangamia." Bila maono wabasteri vil evile huangamia.

SURA YA TANO

KUUNDA MIKAKATI NA KUITEKELEZA

Tatizo ni kwamba ya kale yanakwisha na mapya hayawezi kuzaliwa. Katika mitagusano hii, dalili mbalimbali zisizofaa zinajitokeza.
Antonio Gramsci, mwanaharakati wa kisiasa

Ni jambo moja kujua tatizo; na lingine kujua namna ya kujua kulitatua. Ingawaje tunahitaji wabasteri-kusudiwa na ata tuwe na hitaji la viongozi waliyo tayari kufanya kazi kuelekea ndoto hiyo, namna ya kuifanya bado ni changamoto. Hapa nakumbushwa kuhusu hadithi ya zamani niliyoisoma miaka iliyopita.

Ndege mmoja aliyeugua ugonjwa wa kiakili aliahidiwa kupata ushauri kila wakati kwa daktari wake, bundi mzee mwenye hekima. Matibabu yalipoendelea, ndege huyo akiathiriwa na ukaguzi huo na jaribio la kupata ufahamu kwa kudadisiwa na bundi, "Unataka nifanye nini!"

Akirudishwa nyuma na asili isiyotarajiwa na uzito la hitaji lake, bundi aliwacha kuficha mengine na kuingia katika ushauri ya wazi. "Nafikiri, ndege rafiki yangu," alisema hatimaye, "kwamba suluhu pekee ya tatizo lako ni kujibadilisha kuwa chura."

Ndege huyo alishangazwa na ushauri huu na kujibu, "Nashukuru kwa ushauri wako, ambayo nitaitii yute. Tatizo moja linabaki hata hivyo. Nakuomba bwana, nielezee namna ya kujibadilisha chura."

Kwa hii, bundi alijibu, kwa hofu fulani, "Rafiki yangu ndege, tafadhali kuwa mpole kwangu na ujiepushe na shida hizi za utekelezaji."[42]

1. Maisha ya upadri na mpangilio wa huduma

Iwapo tutakuwa na wabasteri-kusudiwa, mahali ya kuanzia kwa madhumuni yangu ni kujua mipangilio yetu. Katika jimbo nyingi, yangu ikijumuishwa, kuna afisi nyingi zinazoshughulika na huduma na maisha ya mapadri, lakini hazihusiani kirasmi. Wakati ofisi nyingi zikifanya kazi nzuri, hakuna mawasiliano ya kila mara kati yao. Inaonekana kwangu kuwa kama lengo ni kuwa na ubasteri uliyo na umoja, sehemu ya kuanzia ni kuunda aina ya "mpangilio wa maisha ya mapadri na utaratibu wa huduma" ili mkono wa kushoto uweze kujua kinachofanywa na mkono wa kulia. Uhusiano wa kila mara unapaswa kufanyika kati ya afisi za mafunzo, afisi binafsi ya padri, afisi ya maendeleo ya elimu, kamati ya afya ya padri na afisi ya padri aliyeng'atuka. Mipangilio hii ikija pamoja kwa minajili ya mahusiano ya kila mara itatusaidia kutazamia hekima yetu ya jumla katika kututia nguvu binafsi na kama kikundi.

Lengo la kwanza ya mipangilio hiyo itakuwa ni kuangalia kila kitu kilicho karibu ya kuwasaidia mapadri (kama kundi na mtu binafsi), kutambua kilichokosekana na kuirejesha kwa njia kubwa na wenye mpangilio-kusudiwa ya afya ya wabasteri na utendakazi wao.

2. Ni msaada upi unaopatikana kwa sasa?

Mapadri wengi hukosa kutumia vilivyo au wanaweza kuwa wapuuzi kwa msaada ambao unapatikana kwao. Jimbo nyingi wana misaada yote au baadhi ya misaada hii.

- Wahudumu
- Askofu
- Mapadri wenza
- Familia na marafiki
- Marupurupu ya kifedha
- Afisi ya mchungaji binafsi
- Kuendelea kuunda afisi ya kiongozi wa dini
- Wanaoshughulikia afya ya kiongozi wa dini
- Baraza la mapadri
- Heshima kwa kiongozi wa dini

- Jumuia ya waliyong'atuka
- Umoja wa wabasteri
- Makundi simamizi
- Mavinjari ya mwaka, siku za maombi na makundi ya maombi
- Wasabateri
- Waelekezi wa Kiroho
- Nyumba saidizi
- Mafunzo
- Misa
- Siku ya kiongozi wa dini
- Sherehe ya mapadri
- Sherehe ya uwekaji wakfu

3. Kutunza Vikundi: Jukumu la umoja la kibasteri

"Maisha ya padri na mipangilio ya huduma" kitakuwa kitovu cha timu iliyoundwa kutazamia katika afya na utendaji si tu wa washirika binafsi wa ubasteri kama timu. Kwa kuendelea kuwa na afya njema na utendaji, kila shirika linahitaji kuangalia "namna ya kuhifadhi jukumu" (kutenda kazi vyema) na "kutunza kikundi" (kuwatunza wanaofanya kazi) "Utunzaji wa kazi" inalenga wanaofanya huduma. "Utunzaji wa kikundi" unalenga afya na ushikamano ya wanaofanya huduma. Afisi za kuendeleza masomo hushughulika kimsingi na utendaji kazi katika huduma. Makundi kama ya afya hutunza mapadri binafsi wanaofanya huduma. Kundi linaloshughulikia afya na utangamano ya kikundi, hali ambayo ingeangazia kuunda ubasteri-kusudiwa, naamini ni kusanyiko la wabasteri wa mwaka. Kwa sababu hiyo, mpango ya kusanyiko hili la mwaka ungekuwa kizungumkuti kwa "maisha ya upadri na mipangilio ya huduma" kwa sababu wana taswira kubwa ya yanayoendelea katika ubasteri zetu.

Sehemu muhimu ya kutekeleza "utunzaji wa kundi" ni kuwaelekeza washirika wapya katika ubasteri. Hii itasaidia kuleta hitaji la kuwajumuisha waseminari katika majukumu mengi ya kibasteri iwezekanavyo (na kuyapanga ili wayatekeleze). Waseminari hawapasi tu kujua namna ya kuwa waseminari wazuri, lakini pia kuwa mapadri wazuri. Ingawaje wengine wangependa kuona namna ya kuwajiri na kuwafunza waseminari wapya kama jambo tofauti na yanayokumba na changamoto yanayowakumba wabasteri, sishiriki katika mtazamo huo. Nilipigana kinyume na hiki "si mbele ya watoto" kiakili kwa wakati wangu kama kiongozi wa mafunzo. Wengine huamini kuwa kwa sababu waseminari hawajakuwa mapadri, wanapaswa kutunzwa kama kitu tofauti hadi kuwekwa wakfu kwao. Sikubaliani na kauli hii tena zaidi ya ninavyoamini kijusi si motto hadi tu kizaliwe au utunzaji wa awali haihusiani na maisha ya usoni ya motto huyo. Hata mbweha hungojea hadi mwana wao azaliwe. Baada ya kuzaliwa, kundi lote huchukua jukumu la kutunza motto huyo, kuwafunza kuwa kama timu na kuwajibika kama mmoja wa kundi hilo.

Kama alivosema Papa Yohana Paulo wa Pili katika "Nitawapa Wachungaji," askofu anaweza kutegemea ushirikiano wa wabasteri wake (katika kuendeleza mafunzo). Mapadri wake wanaungana kwa askofu na hushiriki majukumu yake ya kutafuta na kusisitiza mafunzo.[43]

Ukweli ni kuwa zaidi ya asilimia 25 ya mapadri wote wapya sasa ni "wazaliwa wa nje," na wengine zaidi ni "wasalimishwa." Kama kundi, mafunzo yao ya kiseminari imefupishwa pakubwa ikilinganishwa na ile ya mapadri wa awali. Wakati hawa "wageni" wana fursa ya kufanya na wachungaji watatu au wanne katika kazi ya uwaka-jua, si rahisi kwao kukutana na wabasteri wengi hadi wawekwe wakfu. Hakika ni hatari sana kuendeleza mtindo huu wa kuwatambulisha mapadri wapya katika ubasteri wao katika siku ya kuwekwa wakfu na hivyo kuwatwika mzigo kutafuta njia yao ya kutagusana na kundi. Paul de Becker, katika nakala yake ya hivi karibuni aliyoiandika katika "Jiwe-andishi" iliyo na kichwa "Padri Pekee" anazungumzia mapadri wapya waliowekwa wakfu wanaong'ang'ana katika huduma: "Sababu kuu ya ukosefu wa furaha kwao na kipengele kikuu cha maisha yao ni upweke wa hali ya juu."[44]

Si urazini kumwonya padri mpya asiwe "mtu pweke" na usimpe njia mbadala. Kama anavyosema Askofu Gerald Kicanas aliyekuwa mkurugenzi wa seminari na sasa askofu, "Wito wa upadri utajibiwa na wengi kwa urahisi kama hofu ya upweke hautatawala."[45]

Kuwajumuisha na kuwahusisha waseminari katika kusanyiko la kibasteri toka mwanzo, huwapa fursa ya kujua mapadri wengi kabla ya kuwekwa wakfu. Kuhusika huko huwapa mapadri wengi fursa ya kusimama na wanaofanya mafunzo na kuwaonyesha namna tunavyojali kujitolea kwao hata kama parokia yao haina waseminari au haijapata fursa ya kukaribisha mmoja wao katika huduma ya wakati wa mapumziko. Watakaokuwa mapadri wanastahili kutuona na kutusikia, na vilevile tunapaswa kuwaona na kusikia kutoka kwao. Tafiti zote za hivi majuzi zinatueleza mawasiliano na mapadri bado ndiyo njia mwafaka wa kuiendeleza na kuhifadhi mafunzo kwa upadri. Hiyo isipofanywa, mikakati zile zingine hukosa kufaulu.

Mengi yamesemwa kuhusu kufanya mahudhirio kwenye kusanyiko la wabasteri kuwa "ya lazima." Hata ninapoamini kwamba askofu ana haki ya kuamrisha kuhusika kwa sababu ya kundi, naamini njia ipasayo ni kwa wanaopanga mikusanyiko hii kuifanya yenye mvuto ya kwamba wengi watatamani kuhudhuria. Msukumo ni bure. Wacha iwe uhusiano ya "wanaoitaji" si ya "wanaolazimishwa."

4. Ratiba ya "Mafunzo ya Mchungaji"

Kando na "kikundi kuwaekeza wabasteri kama kundi la kibasteri" inapaswa kuanza wakati mseminari anakubalika katika jimbo (tazama hatua ya tatu), kuna hitaji zaidi kwa uelekezi wa kibinafsi kwa waliyowekwa wakfu.

Tatizo: Katika miaka iliyopita, waliowekwa wakfu upya na wachungaji wapya wamepewa padri mwelekezi, mara nyingi ni mchungaji aliye mfano mwema. Matokeo yamechanganyika. Tatizo moja linaloripotiwa ni ukosefu wa mikutano ya kila mara. Mchungaji mzuri anaweza kukosa kujua anachopaswa kufunza.

Suluhu: Chagua kundi ndogo la mapadri wetu waliong'atuka, pengine watatu waliyo tayari kutumika kama "waelekezi wa vikundi" kwa wachungaji wapya. Fanya miundo ya kimsingi na mafunzo ya kikundi na uchague kiongozi.

Tatizo: Waliowekwa wakfu upya wanaitwa wachungaji baada ya mwaka mmoja au miwili. Seminari haikuwandaa kuwa wachungaji na haiwezi kuwaandaa kuwa wachungaji. Wasaidizi wa wachungaji wanaripoti kwamba wao si samaki wala kuku, bila sehemu mwafaka katika muundo wa parokia. Mazoezi ya wiki hayawezi kutosha kwa mchungaji.

Suluhu: Pindi tu padri mpya anapowekwa wakfu, anaweza kuitwa "mchungaji anayeundwa" wakati huo akitumika kama "msaidizi wa mchungaji" katika parokia fulani. Kwa sababu hakuna jimbo fulani ndogo itakuwa na wachungaji wa kutosha kwa ratiba yao, tume mpya ya wachungaji wa jimbo wanaweza kuunda ratiba na wanaoendelea na mafunzo katika jimbo jirani. Kwa sababu ni ya jimbo nyingi, makundi ya aina mbalimbali yanaweza kuundwa katika mazingira ya parokia mbalimbali watakaohudhuria: parokia za mijini, vijijini, parokia za huduma za nyumbani, parokia waliotawanya na za kikabila. Kiongozi aliyefuzu wa kikundi atachaguliwa na kufunzwa kama kuna hitaji. Kwa sababu ya raslimali zake zote, huyu kiongozi na hili kundi ya wachungaji wapya wajao watapanga mikutano yao ya kati ya miaka katika "eneo maalum ya kuendeleza uchunguji kamilifu" (tazama sehemu ya 5). Matatizo na hali zinawasilishwa na kutekelezwa na kikundi. Wachungaji maarufu, viongozi wa dini na wataalam watauulizwa kuwa wawasilishaji wa ratiba hii. Anayetumai kuwa mchungaji anapaswa kukutana na mahitaji ya kimsingi ya ratiba hii. Tathmini ya utendaji wao na mafunzo inawasilishwa kwa askofu na kamiti ili kuhusishwa katika kazi ya uchungaji.

Tatizo: Mara nyingi kuingia katika uchungaji kwa mara ya kwanza, matatizo hayatatuliwi yanapotokea lakini hupuuziliwa. Ni padri ndiye anaulizwa jinsi mambo yanavyoendelea. Kuuliza mchungaji mpya atoe ripoti binafsi ya matatizo si la kutarajiwa.

Suluhu: Pindi tu mchungaji mpya ametajwa, waelekezi wa kikundi wanapaswa kukutana na baraza ya parokia yake kabla ya kuanza; na mchungaji mpya, wafanyikazi wake na baraza la parokia kwa miezi sita katika hatua hiyo; na tena miezi sita baada ya hiyo hadi iwekwe kwamba haitajiki tena. Ripoti za kila mara hutolewa kwa askofu hadi wakati hatachukuliwa kama "mchungaji mpya."

5. Maeneo ya kuendeleza Ufaafu ya Wachungaji

Seminari haitoshi! Nilijifunza kuwa pindi tu nilipowekwa wakfu. Kama wa tuliyosoma nao, nilijifunza kuwa msaidizi wa mchungaji katika parokia kubwa la jiji. Nilitarajiwa kujifunza kuwa mchungaji kazini kwa miaka kumi hadi miaka kumi na miwili. Hata hivyo, nilitumwa katika "huduma ya nyumbani." Hikuwa jambo la kawaida mnamo mwaka wa 1975, lakini nilielekea kuwa mchungaji baada ya miaka tano. Sikujiandaa kuanzisha parokia mpya, kuishi pweke au "kuelewa viwango vya bibilia." Ilinibidi nijifunze kazini. Nikiwa nimetengwa na mapadri wengine, ilinibidi nijifunze binafsi. Vilevile sikuwa tayari kuongoza parokia ya kijijini na kanisa ya zamani lililokuwa na hitaji la mabadiliko. Niliachwa kufikiria la kufanya kivyangu.

Mnamo 2003, bado tunaweka wakfu wanaumme wazuri na kuwatuma katika huduma ambazo hawajajitayarisha kuongoza, wakiwa na uelevu kidogo na usimamizi mbaya na mafunzo yasiyoendelea vizuri. Wachungaji hawa wachanga wakianguka na kushindwa, tunaonekana kushangaa na mara nyingi huwalaumu watu hao au seminari iliyowapa mafunzo. Hii inaendelezwa na hali kuwa, mapadri wachanga sasa wanaruhusiwa kuendesha parokia kubwa miaka mwaka au miwili ya kuwekwa wakfu, na wengi wa hao mapadri ni wazaliwa wa nje au waliosalimishwa karibuni.

Wengi wa wasemnari wa Marekani wanafanya kazi ya kishujaa, lakini hakuna njia ya kutimiza malengo hayo yote yanayohitajika ikiwa hawa wanaumme wachanga ingali ni waseminari. Yote ambayo waseminari wanaweza kutekeleza katika kiwango chao, ni msingi mzuri wa theolojia na kionjo cha huduma ya uchungaji. Hawawezi kufanya yote yanayohitajika kuwaandaa wachungaji wazuri kabla ya uwekaji wakfu.

Tunachhitaji naamini ni "maeneo maalum ya kuendeleza mafunza ya uchungaji ufaao" zilizoundwa kusimama na mapadri katika huduma. Maeneo haya yanapaswa kumaanisha katika mafunzo yao kama seminari zetu katika kuandaa mapadri kuingia katika huduma. Tangu Vatican II, tumeweka mayai yetu

39

katika warsha endelezi ya masomo yanayoendelea. Mfumo huo unakosa kutoshea. Tunachohitaji ni kitu kilichopangwa, kilicho na kusudi, muundo na ya kudumu au ya lazima. Aina hii ya ratiba haipaswi kuegemea sana katika academia, lakini katika kuwasaidia mapadri kufanya vyema kazi yao kwa kuwa na afya njema, wakakamavu na tayari kukumbana na changamoto wanazokumbana nazo, ziwe ni za miji au vijijini, wamishonari, ndani ya jiji au parokia ya tamaduni mbalimbali au hali za huduma.

Hii aina ya njia iliyofikiriwa vyema katika utekelezaji wa huduma inahitaji, kwa mara nyingi, kukamilishwa katika viwango vya jimbo. Jimbo chache sana ina raslimali na wataalam wa kufunza ujuzi hizi. Umoja wa hali ya juu kati ya wakurugenzi wanaoendelea kuundwa ya dasis majirani ungeelekea kuundwa kwa taasisi hizo. Kuhusiana na fedha, mapadri wengi hawatumii pesa za elimu endelezi ambazo ziko.

Pamoja na uimarishaji na upanuzi, seminari zilizowekwa zitakuwa sawa. Tayari wana maktaba ya theolojia, maduka ya vitabu, viongozi wa kiroho, wanaokiri, makanisa, nyumba na mtandao teule wa mawasiliano, vyumba vya mazoezi na mazingira ya kujivinjari. Hizi "sehemu za kuendeleza mafunzo faafu za wachungaji" wakishiriki bewa moja na waseminari, zitakamilisha huduma ya waseminari ya kutoa mapadri wa jimbo walioitimu kwa jimbo mteja. Kuwa na bewa hizi katika eneo moja lakini tofauti na seminari itainua kiwango cha theolojia cha mapadri na kwa upande mwingine wakiwa maabara maalum kwa waseminari kuweza kutazama wahudumu wa uchungaji wenyewe wakizungumza na kusuluhisha tatizo. Kuongezea shemasi anayeendelea na huduma ya utumushi na taswira inakamilika.

Kama mkurugenzi wa mafunzo, sikutaka tu kuvutia mapadri wengi wa kufunza, lakini kuweka mafunzo tuliyo nayo ya furaha, yenye afya na kiutendaji. Katika kazi hiyo, nilijaribu kufunza waseminari "kujali wito wao" baada ya kuwekwa wakfu, lakini mimi ni mtu mmoja tu. Mapadri wote hushiriki katika majukumu. Tunahitaji kupeana changamoto moja kwa mwingine, lakini twahitaji kupeana miundo ya utekelezaji.

SURA YA SITA

MFANO WA KUSANYIKO LA WABASTERI

"Wanaondoka wana uzoefu kuliko waishiyo"
Exxon VP, akielezea matokeo ya kupunguza wafanyikazi wa kampuni

PEPETA HADI IWAKE

KUSANYIKO LA WABASTERI KUHUSU KUFANYWA KUWA MBASTERI KUSUDIWA

"Pepeta hadi iwake karama ya Mungu aliyokupa nilipokuwekea mkono."
Waraka wa Kwanza wa Timotheo 1:6

MALENGO:

A. KUAFIKIANA KUHUSU MAONO MAPYA KWA MABASTERI WETU YAKIJENGWA KWA MAONO MAONO YA KALE.

B. KUKARIBISHA KIKUNDI ILI WAJITOLEE KWA MAONO HAYO MAPYA.

C. KUBUNI NJIA ZA KUHIFADHI MAONO HAYO MACHONI PETU NA KUYAPITISHA KWA WASHIRIKA WAPYA.

SEHEMU YA UWEKEZAJI

I. MAONO

Maubiri kulingana na Timotheo wa kwanza 1:6-14 "kupepeta moto na kuifanya uwake."

Mchango wa padri wa jimbo: Kusudi letu kama kundi ni gani na tofauti zetu ni zipi?

Wabasteri si jamii ya kidini hivyo basi wao ni nani? Kanisa linasemaje kuhusu wabasteri? (mukhtasari wa makala).

Mnenaji atatazama tena na kufupisha makala ya kanisa yanayoshughulika na "ubasteri." Makala mapya yatakuwa sehemu ya mwongozo kwa washirika wa sasa wa kibasteri na pia mwaongozo kwa wale wanaoungana na wabasteri.

Wabasteri wetu: Mtazamo wa kihistoria

Mnenaji atahimizwa kuandika historia fupi kuhusu ubasteri wa eneo lao huku akionyesha mambo yaliyoistawisha, namna ya kukaribisha wageni au watu wapya, sakata za awali na upungufu zao. Sehemu hii vilevile itakuwa mwongozo kwa washirika wa kibasteri.

Wabasteri wetu: Ujuzi na ndoto zao.

A. Ukale wetu: Ni nini kilichopotezwa na kilichopatikana? Padri mwenye ujuzi kutoa wazo lake kuhusu wabasteri aliowajua. Inatarajiwa kwamba atawahoji mapadri wa zamani kama sehemu ya marejeleo.

B. Hatima yetu: Matumaini na hofu. Mnenaji hapa atatoa mukhtasari wa matumaini na hofu za washirika wachanga katika ubasteri wao. Halikadhalika, inatarajiwa kwamba mnenaji atatoa mukhtasari ya mazungumzo yake na waseminari wapya na wa zamani.

SEHEMU YA MCHAKATO

II. KUANDIKA MAONO MAPYA

Ni nini majukumu yetu binafsi kwa wabasteri?

Ni nini majukumu ya wabasteri kwetu binafsi?

Ni msaada upi tunapata kama washirika wakibasteri?

Ni msaada upi unahitajika? Marejeleo na malengo mapya.

"Maisha ya upadri na mpangilio wa huduma" na ujumbe mpya ya huduma kwa jumuia ya kibasteri.

Marejeleo ya sherehe za kila mwaka za kibasteri: Ni nini huwezekana na ipi isiyowezekana? Ni nini itawezekana kwa urahisi?

SEHEMU YA UWEKEZAJI

III. KUKABILIANA NA VIZUIZI

Mfano wa kimaubiri (eklesolojia): Kutoka katika eneo la mtazamo hadi eneo la kutazamia.

Matarajio makuu:

A. Wanachohitaji viongozi wa kidini kutoka kwa mapadri walio chini yao: Baraza la wahudumu.

B. Mahitaji ya askofu kutoka kwa mapadri wake.

C. Mahitaji ya mapadri kutoka kwa laity na askofu wao.

Ni vipi tunapata washirika wengi wa kushiriki? Ripoti kutoka kwa tume teule kuangazia sababu za kutohudhuria kwa mapadri wengine.

Ni nini maana ya kuingia katika ubasteri wetu ukiwa mgeni?

A. Mchango kutoka kwa padre aliyewekwa wakfu kwa maraya kwanza.

B. Mchango wa waseminari na mapadri wageni.

HATUA YA KUSHEREHEKEA

IV. KUJITOLEA KWA MAONO

Mazungumzo ya askofu.

Maombi ya kufunga na kiapo cha kujitolea mara tena.

Mkutano kutambua wanaosherehekea siku zao muhimu.

HATUA YA KUWATEMBELEA WASHIRIKA WAPYA

V. KUWEKA MAONO MACHONI PETU

Kamati ya uandishi watachukua kumbukumbu na kuziandika vizuri kasha kuzieneza.

Mpangilio kuhusu maisha na huduma ya padre itasaidia kuweka maono machoni petu, kuijenga juu yake na kupanga mikakati ya kuwatembelea na kusherehekea.

VI. KUSHIRIKI MAONO

Shirikiana na afisi ya mawasiliano katika jimbo kuhusu namna ya kushiriki maono haya na watu wa jimbo.

SURA YA SABA

MAJUKUMU NA AHADI ZA KUTOSHIRIKI KATIKA NDOA NA UTIIFU KWA UBASTERI-KUSUDIWA

> Ulimwengu hautaki kusikia kuhusu machungu ya uzazi. Unataka tu kuona moto.
>
> Johnny Sain

Mapadri wa jimbo hawakuli kiapo, bali hutoa ahadi mbili muhimu kwa askofu: ahadi ya kutoshiriki katika ndoa na utiifu. Ahadi zote badala ya kuwa hasi, hufanya huduma ya kimitume kuwepo na kuwezekana.

1. Kutoshiriki ndoa (Selibasia)

Selibasia hutokana na neno la Kilatini *caelebs* lililo na maana ya hali pweke. Hii ni hali halisi ya kutoa wakati, upendo, nguvu na umakini ambayo mtu angempa mkewe au mumewe na familia katika huduma ya watu wa Mungu. Kutoshiriki ndoa humwezesha mtu kupatikana kila wakati kwa huduma ya kimitume. Kujitolea kutumika nje ya ndoa imebaki kuwa nyenzo na njia kuu ya maana ya amri iliyotolewa na Yesu kuhusu kuwaacha kila kitu kwa sababu ya ufalme wa Mungu.

Katika karne nyingi, kanisa la Kikatoliki la Roma limehitaji kwamba wahudumu wake wote teule isipokuwa tu mashemasi wakuu kuishi maisha ya kutooa au kuolewa. Tamaduni hii ya siku nyingi iliyothibitishwa na Baraza la Pili la Vatikan na vilevile Papa Paulo VI na Yohana Paulo II ni matokeo ya karne nyingi kuhusu jinsi maisha ya huduma teule inapaswa kuwa.

Kutoshiriki ndoa ni maisha ya kishujaa kwa watu wenye afya njema na wenye uzoefu mzuri. Hata hivyo, kutoshiriki ndoa inaweza kuwa hatari kwa watu waliyo na tama ya ngono. Kama tulivyojifunza kwa uchungu mwingi sana, uharibifu unaoweza kuletwa na mapadri wasio na hulka njema wanaweza kuletea kanisa. Inamgharimu mtu aliyejitolea kiroho kukumbatia kwa uwazi haja ya kutosshiriki ndoa na kuishi kwa haki. Wengi kwa urahisi huikubali na kukabiliana nayo katika maisha yao yote, mara nyingi wakiibeba kama msalaba na kuishi siku kwa siku wakitegemea msaada wa Mungu.

Kuna maandishi mengi mazuri ambayo yameandikwa kuhusu kutoshiriki ndoa. Kama ina maana yeyote katika kanisa la leo, basin i ya kumkomboa mtu kwa uzuri zaidi, ili kutumika kila wakati na kwa watu wa Mungu.

2. Utiifu

Utiifu, kama kutoshiriki ndoa hukomboa mtu ili kutumika kikamilifu katika huduma ya kimitume. Kwa wema wa kanisa na utumishi wake kwa watu wa Mungu, mapadri wa jimbo hutoa agano la utiifu kwa askofu wao na wanaoingia baadaye. Ahadi hii ina maana zaidi kupita askofu; inajumuisha ahadi kwa washirika wa kibasteri. Badala ya kumfanya mwingine kuwa mtumwa wa mtu fulani, ni ahadi ya umoja ya kufanya kazi na askofu na washirika wengine wa kibasteri, ahadi ya kutoka kwa 'moyo wangu' hadi kwa 'mioyo yetu' kama anavyosema padre mwingine.

Ubasteri kusudiwa unawezekana tu iwapo padre mmoja hatatoa ahadi ya utiifu bali kuifanya iwe ukweli. Hakika ni kuahidi kufanya kazi kama timu kwa wema wa watu. Ahadi ya utiifu ni muhimu sana kuliko ya kutoshiriki ndoa katika harakati za kuunda ubasteri kusudiwa katika msingi wake. Ni ahadi ya kutumika kama timu kwa wema wa lengo letu kama mapadri wa jimbo.

SURA YA NANE

UBASTERI KAMILIFU: WAJIBU WA JIMBO

"Sikiza Musa, una watu wengi sana wanaripoti kwako. Hatutaweza kuingia katika Nchi ya Ahadi iwapo hutagawanya mamlaka mengine!"
Jethro akimwambia Musa (imenukuliwa)

Jukumu la kuleta utulivu kwa mapadri wa jimbo ni wajibu wa jamii yote ya wakristo.

- Jamii yote ya Wakristo hufanya hivyo kwa kuishi maisha kamilifu ya kikristo.

- Familia hufanya hivyo kwa kuwa na uhai hutokanao na roho ya imani na upendo na isitoshe kuwafunza wanao kuhusu upadri wa jimbo kama njia ya mapumziko ambayo wangefikiria.

- Parokia hutekeleza hayo kwa kuunda jamii ambayo in motisha na uwazi ya kuwapa wanaokua mfano.

- Walimu na wengine wote ambao kwa kiwango chochote hutoa mafunzo kwa wavulana wachanga na kuwasaidia kutambua wito wa kiungu na kuitika kwa hiari.

- Kila padri hufanya hivyo kwa kudhihirisha ari ya kimitume ili kuhimiza mapumziko; kwa kuwavutia mioyo ya waume wachanga katika upadri kwa maisha yao ya unyenyekevu, na bashasha nyingi na kuonyesha upendo kwa mapadri wenzake na ushirikiano wa kidugu nao.

- Kila askofu hufanya hayo kwa kuhakikisha kwamba vifaa vyote vya mafunzo na shughuli zinaendeshwa vyema na kwa ukaribu na kuwasaidia wale anaowaona wameitwa katika huduma ya Bwana.

Ushirikiano huo wa nguvu unapaswa kuleta mapumziko kwa mapadri wa jimbo kwa hekima na ari na usiupuzilie usaidizi ufaao unaoletwa na saikolojia na soshiolojia ya kisasa.[46]

Hata kama wakurugenzi wote wa mafunzo walikuwa wenye nguvu, wenye ari na wenye vipawa, hawangepaswa au hawapaswi kufanya huduma hii ya mafunzo peke yao. Wakati mafunzo mafunzo ya mapadri yaliponawiri, wakufunzi na maafisa katika huduma hii walikosekana. Kuimizwa kwa umuhimu wa mafunzo ya mapadri ulikuwa ni kawaida ya kanisa. Hivi leo, kuna haja ya kuhusisha maeneo yote ya kanisa katika kuhimiza na kusimamisha mafunzo haya.

Kanisa linahitaji mapadri kuendeleza kazi yake. Kama alivyoandika Mtakatifu Ignati wa Antioka, "Bila maaskofu, wabasteri na mashemasi, mtu hawezi kuzungumza kuhusu kanisa." Ushawishi huo pekee unapaswa kufanya kanisa kuinuka katika utendakazi. "Mtapokea yote myaombeayo, bali tu muwe na imani." (Mathayo 21:22) "Ukosefu wa mafunzo" kanisani kunawezekana, na katika msingi wake ni "ukosefu wa imani." "Shida ya imani leo sanasana ni ile ya kutoamini kati ya waumini."[47]

SURA YA TISA
HITIMISHO

> Kama ningetumai kupata kitu, singetamani utajiri ama mamlaka, lakini ningetamani ari ya kupata aushi kwa macho madogo lakini yaonayo yanayowezekana.
> Soren Kierkegaard

Hoja muhimu inayojitokeza katika mtiririko wa maongezi namna ya kuzumgumza bila imani ya kuwezekana kwa jambo. Kila kampuni au taaluma ina tafsiri yake kuhusu mfumo wa maongezi kama mahusiano mengine. Katika mtazamo wa uchache au uhaba, tafsiri ya mwelekeo chini kimaongezi huunda mipaka wazi kuhusu yanayowezekana na kwa msukumo jinsi mambo kutoka kwa mabaya hadi mabaya zaidi. Jinsi unavyomakinika katika jambo fulani ndivyo itakavyodhihirika zaidi. Kumakinika ni kama nuru, hewa maji. Weka mtazamo kwa vizuizi na masaibu na vitaongezeka vilivyo.[48]

Kwa upande mwingine, maongezi ambayo ni ya kuinua yanaweza kuleta utofauti. Mtazamo huangazie nafasi zinazoibuka na kuwezekana kwa mambo na mengine yatawezekana. Mambo hubadilika pakubwa tunapojali zaidi kupata ufahamu way ale tunayopenda na kuyapatia uweza wetu wote.

Mara nyingi mwanakundi anayeona kuwezekana kwa jambo hukataliwa kama "nabii katika nchi yake halisi" au hupuuziliwa kama muota ndoto haswa walio na kiburi na wakataa ukweli. Hata hivyo,tunaweza kufanya haya tukiamini kwamba yanawezekana. "Wanaofikiria kuhusu kuwezekana kwa jambo na wanaofikiria kutowezekana wote wana msimamo sawa." (Henry Ford)

Ubasteri kusudiwa, na umoja wa nia kama utambulisho wa padre na huduma, ingawaje haijaendelezwa sana katika nakala rasmi za kanisa hujitokeza wazi kama mwelekeo muhimu ya siku zijazo. Hii bado ni lengo na ndoto ya mbasteri.

Kutafsiri ukweli wa ndoto huchukua ujasiri mwingi. Aidha, shaka na uzembe huwa maadui kila wakati. Pindi tu shaka na uzembe unapotawala, kuna msukumo wa kujaribiwa kuachilia sehemu ya ndoto kama njia ya kutatua mamboyasiyoepukika. Ufanisi hutegemea uwezo wa kuenelea kuwa na motisha, mtazamo na makusudi hadi mwisho.

"Kwa maana maono yana wakati ufaao, yanasimama hadi mwisho bila aibu; kikawia, ingojee, hakika itatimi bali haitachelewa."
HABAKUK 2:3

"Tazama nabadilisha yote kuwa mapya."
UFUNUO 21:5

"Nimeweka mbele yako uzima na mauti, Baraka na laana. Chagua uzima, ili wewe na uzao wako mmweze kuishi ukimpenda Bwana Mungu wako, mkitii sauti yake na kumshikilia kwa uweza wako.
Kwa sababu hiyi, utakuwa na uzima..."
KUMBUKUMBU LA TORATI 30:19, 20.

"Jitunzeni ninyi pamoja na wote ambao Roho Mtakatifu amewaweka wasimamizi."
MATENDO YA MITUME 30:19, 20

"Usiipuuzilie mbali karama uliyoipokea wakati... wabasteri walipokuwekea mikono. Fanya bidii ipassavyo na uwe makini, ili kila mtu aone maendeleo yako. Jitunze wewe pamoja na mafunzo yako. Uwe na stahamala katika kazi zote. Kwa kufanya hivyo utaokoa nafsi yako pamoja na wasikilizaji wako."
TIMOTHEO WA KWANZA 4:14-16

"Hofu yetu mwingi si kwamba hatuna uwezo. Hofu yetu mwingi ni kuwa tuna nguvu zaidi ya kipimo. Ni nuru yetu bali si giza yetu inayotutia hofu. Tunaporuhusu nuru zetu kuangaza, tunawaruhusu vile vile kuangaza."
MARRIANNE WILLIAMSON

MAELEZO HATIMA

1. *Code of Canon Law*, Canon Law Society of America, Washington, DC, 1983, Canon 245, no. 2.

2. Abbott, Walter M., General Editor, and Joseph Gallagher, Translation Editor, "Decree on the Ministry and Life of Priests," *Documents of Vatican II*, New York, NY, 1966, Chapter II, nos. 2, 3.

3. *The Basic Plan for the Ongoing Formation of Priests*, United States Catholic Conference, Inc., Washington, DC, 2001, p. 93.

4. "Decree on the Ministry and Life of Priests," Chapter II, no. 8, and *Catechism of the Catholic Church*, Liguori Publications, Liguori, MO, 1994 translation, no. 1568.

5. Cf. Bibliography.

6. McQuaid, Rev. Tom, in a promotional brochure for Mundelein Seminary, Mundelein, IL.

7. Cozzens, Donald B., Ed., *The Spirituality of the Diocesan Priest*, The Liturgical Press, Collegeville, MN, 1997, p. 15 (Robert Schwartz).

8. "Decree on the Ministry and Life of Priests," Chapter II, no. 8.

9. "Decree on the Bishops' Pastoral Office in the Church," *Documents of Vatican II*, Chapter III, no. 34.

10. "Decree on the Ministry and Life of Priests," Chapter II, no. 8.

11. Ibid., footnotes no. 104, 105.

12. *As One Who Serves*, United States Catholic Conference, Washington, DC, 1977, p. 24.

13. "Dogmatic Constitution on the Church," *Documents of Vatican II*, Chapter III, no. 28, and "Decree on the Ministry and Life of Priests," Chapter II, nos. 7, 8.

14. *The Basic Plan for the Ongoing Formation of Priests*, p. 93.

15. Ibid., p. 93.

16. "Decree on the Ministry and Life of Priests," Chapter II, no. 8.

17. *The Basic Plan for the Ongoing Formation of Priests*, p. 94.

18. Ibid., p. 95.

19. Ibid., p. 95.

20. "Decree on the Ministry and Life of Priests," Chapter II, nos. 7, 11, and Chapter III, nos. 17, 21.

21. *The Basic Plan for the Ongoing Formation of Priests*, p. 98.

22. Cozzens, Donald B., *The Changing Face of the Priesthood*, The Liturgical Press, Collegeville, MN, 2000, pp. 47, 48.

23. *The Bridge Magazine*, Interview with Bishop Wilton Gregory, University of Saint Mary of the Lake/Mundelein Seminary, Mundelein, IL, Winter 2002/03, p. 3.

24. Aschenbrenner, George A., *Quickening the Fire in Our Midst*, Loyola Press, Chicago, IL, 2002, p. 133.

25. *The Basic Plan for the Ongoing Formation of Priests*, p. 93.

26. Levoy, Gregg, *Callings: Finding and Following an Authentic Life*, Three Rivers Press, New York, NY, 1997, p. 316.

27. *Directory for the Life and Ministry of Priests*, Libreria Editrice Vaticana, Città del Vaticano, 1994, no. 25.

28. Kicanas, Gerald F., "The Heart and Core of Diocesan Priesthood," *Vocation Journal*, National Conference of Diocesan Vocation Directors, Little River, SC, 2002, Vol. 4, p. 49.

29. "Decree on Priestly Formation," *Documents of Vatican II*, Chapter II, No. 2.

30. Peck, M. Scott, *The Road Less Traveled*, Simon & Schuster, Inc., New York, NY, 1978, pp. 45-46.

31. Ibid., pp. 276-277.

32. *Directory for the Life and Ministry of Priests*, No. 27.

33. Drummond, Thomas B., "Sexual Misbehavior and the Infused Competency Myth," *The New Life Institute for Human Development Newsletter*, The New Life Institute, Middleburg, VA, Winter 2003, Vol. 11, No. 1.

34. Hoge, Dean R., *The First Five Years of the Priesthood*, The Liturgical Press, Collegeville, MN, 2002, p. 101.

35. *The Basic Plan for the Ongoing Formation of Priests*, pp. 95-98.

36. *The Priest and the Third Christian Millennium*, United States Catholic Conference, Washington, DC, 1999, Chapter 4, no. 3.

37. *Origins*, United States Conference of Catholic Bishops, Washington, DC, Vol. 18, no. 31, Jan. 12, 1989.

38. Pope John Paul II, *I Will Give You Shepherds*, St. Paul Books & Media, Boston, MA, 1992, no. 76.

39. Howe, Neil, and William Strauss, *Millennials Rising: The Next Great Generation*, Vintage Books, New York, NY, 2000, pp. 3-29.

40. "Decree on the Bishops' Pastoral Office in the Church," Chapter II, no. 16.

41. *The Basic Plan for the Ongoing Formation of Priests*, p. 97.

42. Quinn, Bernard, Ed., "Ecumenical Planning for Mission" in *Town and Country*, CARA, Washington, DC, 1968, p. 74.

43. Pope John Paul II, *I Will Give You Shepherds*, no. 79.

44. de Becker, Paul, "A Priest Alone," *The Tablet*, London, Great Britain, April 27, 1996, p. 540.

45. Kicanas, Gerald F., "Three Goals for Vocations Directors: Priesthood," United States Conference for Catholic Bishops, <http://www.nccbuscc.org/vocations/articles/kicanas.htm>(July 11, 2003), p. 7.

46. "Decree on Priestly Formation," Chapter II, no. 2.

47. Rolheiser, Ronald, *The Shattered Lantern: Rediscovering a Felt Presence of God*, The Crossroad Publishing Company, New York, NY, 2001, p. 17.

48. Zander, Rosemund Stone, and Benjamin Zander, *The Art of Possibility*, Harvard Business School Press, Boston, MA, 2000, p. 108.

MAREJEO

As One Who Serves, United States Catholic Conference, Washington, DC, 1977.

Aschenbrenner, George A., *Quickening the Fire in Our Midst*, Loyola Press, Chicago, IL, 2002.

The Bridge Magazine, "Interview with Bishop Wilton Gregory," University of Saint Mary of the Lake/Mundelein Seminary, Mundelein, IL, Winter 2002/03.

Abbott, Walter M., General Editor, and Joseph Gallagher, Translation Editor, *The Documents of Vatican II*, Guild Press, New York, NY, 1966.

The Basic Plan for the Ongoing Formation of Priests, United States Catholic Conference, Inc., Washington, DC, 2001.

Catechism of the Catholic Church, Liguori Publications, Liguori, MO, 1994 Translation.

Code of Canon Law, Canon 245, No. 2, Canon Law Society of America, Washington, DC, 1983.

Cozzens, Donald B., *The Changing Face of the Priesthood*, The Liturgical Press, Collegeville, MN, 2000.

Cozzens, Donald B., Ed., *The Spirituality of the Diocesan Priest*, The Liturgical Press, Collegeville, MN, 1997.

de Becker, Paul, "A Priest Alone," *The Tablet*, London, Great Britain, April 27, 1996.

Directory for the Life and Ministry of Priests, Libreria Editrice Vaticana, Città del Vaticano, 1994.

Drummond, Thomas B., "Sexual Misbehavior and the Infused Competency Myth," *The New Life Institute for Human Development Newsletter*, The New Life Institute, Middleburg, VA, Winter 2003, Vol. 11, No. 1.

Hoge, Dean R., The First Five Years of the Priesthood, The Liturgical Press, Collegeville, MN, 2002.

Howe, Neil, and William Strauss, Millennials Rising: The Next Great Generation, Vintage Books, New York, NY, 2000.

Kicanas, Gerald F., "The Heart and Core of Diocesan Priesthood," *Vocation Journal*, National Conference of Diocesan Vocation Directors, Little River, SC, Vol. 4, p. 49, 2002.

Kicanas, Gerald F., "*Three Goals for Vocations Directors: Priesthood*," United States Conference for Catholic Bishops, <http://www.nccbuscc.org/vocations/articles/kicanas.htm> (July 11, 2003).

Levoy, Gregg, *Callings: Finding and Following an Authentic Life*, Three Rivers Press, New York, NY, 1997.

Peck, M. Scott, *The Road Less Traveled*, Simon & Schuster, Inc., New York, NY, 1978.

Pope John Paul II, *I Will Give You Shepherds*, St. Paul Books & Media, Boston, MA, 1992.

The Priest and the Third Christian Millennium, United States Catholic Conference, Washington, DC, 1999.

Quinn, Bernard, Ed., "Ecumenical Planning for Mission" in *Town and Country*, CARA, Washington, DC, 1968.

Rolheiser, Ronald, *The Shattered Lantern: Rediscovering a Felt Presence of God*, The Crossroad Publishing Company, New York, NY, 2001.

U.S. Bishops' Committee on Vocations, The National Strategy: "*A Future Full of Hope,*" *A Natural Plan for Vocations*, United States Conference for Catholic Bishops, Secretariat for Vocations and Priestly Formation, Washington, DC, June 2003.

Zander, Rosemund Stone, and Benjamin Zander, *The Art of Possibility*, Harvard Business School Press, Boston, MA, 2000.

www.ingramcontent.com/pod-product-compliance
Lightning Source LLC
Chambersburg PA
CBHW072016060426
42446CB00043B/2636